Dream big, our little Boo

— Mommy & Daddy —

www.upflybooks.com

Paperback: 978-1-7388188-9-1
eBook PDF: 978-1-7389124-0-7
Hardcover: 978-1-7389124-6-9

My First
Trip to Vietnam
Lần Đầu Mình đến Việt Nam

Made with 🤍 by Upfly Books

Written by Yeonsil Yoo | Illustrated by Anastasiya Halionka |
Translated by Bui Vu Ha Thanh

"Yay! School is over!"

"Yay! Bế giảng rồi!"

Summer vacation has started at Lan's school.
Kỳ nghỉ hè tại trường Lan đã bắt đầu rồi.

Lan is excited to play
with her favorite toys every day at home.
**Lan rất mong được chơi với những món
đồ chơi mình thích nhất ở nhà.**

"Do you like summer vacation?" Mommy asks.

Mẹ hỏi, "Con có thích nghỉ hè không?"

"Yeah! Vacation is the best!"

"Dạ có! Con thích nghỉ hè nhất luôn!"

"Why do you like vacation? What do you want to do?"
Mommy looks at Lan curiously.

**Mẹ tò mò hỏi Lan,
"Sao con thích nghỉ thế? Con muốn làm gì nào?"**

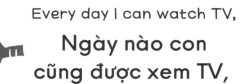

Every day I can watch TV,

Ngày nào con cũng được xem TV,

eat ice cream,

ăn kem,

and play with Fishy and T-rex!

rồi chơi với Cá và Khủng long nữa!

Oh, and Ducky as well!

À còn Vịt con nữa chứ!

"But Lan, you can play with your toys any time.
This summer, why don't we go to Vietnam?

"Lan à, con chơi đồ chơi lúc nào cũng được mà.
Hay là hè này mình đi Việt Nam ha?

You can try a summer camp in Vietnam and meet new friends there!"

Con có thể thử đi trại hè ở Việt Nam và
làm quen thật nhiều bạn bè mới ở đó đó!"

"No! I don't want new friends!" Lan shouts.

Lan la lên, "Thôi! Con không muốn kết bạn mới đâu!"

"Then, what about visiting Grandma and Grandpa? If we go to Vietnam, we can visit and play with Grandma, Grandpa, Aunt, and Uncle." Mommy talks softly while she holds Lan's hands.

Mẹ nắm tay Lan và nói nhỏ nhẹ.
"Vậy mình đi thăm Ông Bà thì sao nè?
Nếu mình đi Việt Nam, thì có thể đi thăm và
chơi với Ông Bà và Cô Cậu đó."

"I miss Grandma and Grandpa..."
"Con nhớ Ông Bà lắm..."

Lan wants to visit and play with Grandma, Grandpa, Aunt, and Uncle, but she doesn't want to make new friends.

Lan muốn đi thăm và chơi với Ông Bà và Cô Cậu,
nhưng cô bé lại không muốn kết bạn mới.

On the plane to Vietnam, Lan looks out the window.

Trên chuyến bay đến Việt Nam, Lan nhìn ra cửa sổ.

Big, fluffy clouds are everywhere,
and all the houses and cars under the clouds look so tiny.
They look like her toys at home.

**Những đám mây to mịn ở khắp nơi,
và nhà cửa lẫn xe cộ bên dưới mây trông thật bé tí tẹo.
Nhìn cứ như đồ chơi của cô bé ở nhà vậy.**

But she can't stop thinking about the camp in Vietnam
Mommy was talking about.

**Nhưng cô bé không thể ngừng nghĩ về trại hè
ở Việt Nam mà Mẹ có nhắc đến.**

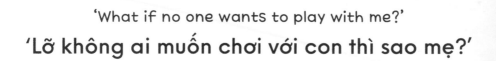

'What if no one wants to play with me?'

'Lỡ không ai muốn chơi với con thì sao mẹ?'

'I can't speak Vietnamese well. What if the other kids make fun of me?'
I just want to stay at home and watch TV every day!'

'Con không nói tiếng Việt được.
Lỡ mấy bạn khác trêu con thì sao mẹ?
Con chỉ muốn ở nhà xem TV cả ngày thôi à!'

After a long flight, the plane lands in Vietnam.

Sau một chuyến bay dài, máy bay hạ cánh tại Việt Nam.

At the airport, Grandma, Grandpa, Aunt, and Uncle
welcome Lan with big hugs.

**Tại sân bay, Ông, Bà, Cô và Cậu
chào đón Lan với những cái ôm nồng thắm.**

Although Lan has chatted with them through video calls so many times,
she is too shy to say "Xin Chao" ("hello" in Vietnamese).
So she just hides behind Mommy.

**Mặc dù Lan trò chuyện với mọi người qua cuộc gọi
video rất nhiều lần rồi, nhưng cô bé vẫn ngại
quá không dám nói "Xin chào".
Thế là cô bé trốn sau lưng Mẹ thôi.**

Aunt and Uncle give Lan lots of toys, and Grandma and Grandpa
spoil her with so many yummy ice creams and snacks.
Lan is so happy with all of these gifts and goodies.

Cô và Cậu cho Lan rất nhiều đồ chơi, và Ông Bà
chiều cô bé bằng rất rất nhiều kem và bánh kẹo ngon.
Nhận nhiều quà thế này, Lan vui mừng lắm.

"Is it delicious, Lan?" Grandma asks.
Bà hỏi, "Ngon không Lan?"

"Yeah, it's so yummy! I love ice cream! But Grandma, don't tell Mommy!
Mommy said I shouldn't eat too much ice cream!"
Lan speaks in a whispering voice to Grandma.

Lan thì thầm với Bà,
"Dạ ngon lắm luôn bà ơi! Con thích kem lắm!
Nhưng mà Bà đừng nói Mẹ nha!
Mẹ nói con không được ăn kem mỗi ngày đâu!"

"Okay, this is our secret!" Grandma says, with a big smile.
Lan slowly decides that she will like visiting Vietnam.

Bà cười nói, "Được rồi, bà cháu mình giữ bí mật nha!"
Dần dần, Lan quyết định rằng
mình muốn đến Việt Nam.

But whenever Mommy talks about the summer camp,
Lan becomes worried.

**Thế nhưng mỗi khi mẹ nói về trại hè,
thì Lan lại lo lắng.**

"Lan, we're going to visit the new camp tomorrow.
There will be lots of games to play, fun books and toys!
And you can make new friends and meet the teachers!"
Mommy seems excited, but Lan is upset.

**"Lan ơi, mẹ con mình đến trại mới ngày mai nha.
Có nhiều trò chơi, sách và đồ chơi lắm đó,
và con có thể kết bạn mới và làm quen với thầy cô nữa!"
Mẹ có vẻ phấn khởi, nhưng Lan thì lại không vui chút nào!**

"I told you, I don't wanna go to the new camp!" Lan shouts.

**Lan hét lên, "Con nói mẹ rồi mà,
con không muốn đến trại mới đâu!"**

"Why not?"

"Sao không con?"

"If I go to the camp, T-rex will be alone at Grandma's house.
I'm going to stay home and play with T-rex!"
Lan looks down at the floor, trying to hold back her tears.

**Lan nhìn xuống sàn, cố nén nước mắt,
"Nếu con đến trại thì Khủng long
sẽ phải ở nhà Bà một mình.
Con muốn ở nhà chơi với Khủng long cơ!"**

"T-rex won't be alone. Mommy will be there with him."
Mommy talks gently to Lan while she rubs Lan's back.

**Mẹ dịu dàng xoa lưng Lan và nói,
"Khủng long không một mình đâu con.
Mẹ sẽ chăm bạn ấy mà."**

"No! I don't like it! I don't like the camp
and the new friends!" Lan cries.

**Lan khóc lóc, "Không! Con không thích!
Con không thích trại hay bạn bè mới gì hết!"**

Mommy scooches down and holds Lan's hands to comfort her.

Mẹ ngồi xuống nắm tay Lan để dỗ dành cô bé.

"Lan, we haven't even tried yet, right?
If you don't like it after you try it tomorrow,
you don't have to go anymore.
But you need to at least give it a try. Deal?"

**"Lan à, mình còn chưa thử mà con nhỉ?
Nếu ngày mai thử mà con không thích,
thì không phải đi nữa.
Nhưng mà ít nhất con phải thử. Chịu không con?"**

"Okay..." Lan reluctantly nods.

Lan miễn cưỡng gật đầu, "Dạ chịu..."

Finally, it is the first day of summer camp.
Cuối cùng thì ngày đầu tiên của trại hè cũng đã đến.

Lan drags herself around the entire morning,
hoping to avoid going to the camp.
**Cả buổi sáng Lan uể oải làm gì cũng chậm chạp,
hy vọng là không phải đến trại.**

"Lan, you should hurry up and change your clothes!"
"Lan ơi, nhanh nhanh lên thay đồ nào con!"

"Okay..."
"Dạ..."

Lan answers reluctantly, but she is still
rolling around the floor, doing nothing.
**Lan miễn cưỡng trả lời nhưng vẫn lăn lộn
trên sàn, không làm gì cả.**

Soon, Mommy enters her room.
Thế rồi Mẹ vào phòng cô bé.

"Lan, you haven't changed yet?
Can you change your clothes, please, right now?" Mommy is very upset.
Mẹ không vui chút nào, "Lan ơi, chưa thay đồ hả con?
Con thay đồ ngay cho mẹ được không con?"

"Okay... I'm changing..."
"Dạ... Con thay đồ ngay..."

Lan sighs and starts to change her clothes, one piece at a time.
Lan thở dài và bắt đầu thay từng món đồ một.

Mommy, Daddy, and Lan arrive at the school.
One teacher greets them with a big smile.

Mẹ, Bố và Lan đến trường.
Một cô giáo nở nụ cười niềm nở chào họ.

"You must be Lan. Welcome to our class!"

"Con là Lan phải không nè? Chào mừng con đến lớp!"

Lan becomes even more nervous:
unlike back home in Canada, everyone here is speaking only Vietnamese.

Giờ Lan còn lo lắng hơn nữa, ở đây ai cũng nói
Tiếng Việt chứ không như ở nhà, ở Canada.

But the teacher continues talking.
"Let's say bye-bye to Mommy and Daddy,
and then I'll introduce you to the other kids in the class!"

Nhưng rồi giáo viên tiếp tục nói chuyện.
"Tạm biệt Bố Mẹ nào con,
rồi cô dẫn con đi gặp các bạn khác trong lớp nha!"

Lan sends Mommy and Daddy a signal by shaking her head subtly,
but Mommy and Daddy don't seem to notice.

Lan ra dấu cho Bố Mẹ bằng cách gật đầu thật nhẹ,
nhưng Bố Mẹ hình như không để ý thấy.

"Have fun!" Mommy and Daddy cheer.
Bố Mẹ cổ vũ, "Chơi vui nha con!"

In the classroom, some of the kids are already chatting, laughing, and running around.

Trong lớp học, có vài bạn nhỏ đang cười nói và chạy giỡn với nhau rồi.

When Lan enters the classroom, everyone looks at her.

Khi Lan bước vào lớp, mọi người đều nhìn cô bé.

Lan tries not to look at anybody.

Lan cố gắng không nhìn ai cả.

She walks towards some of the toys and picks up a yellow digger toy.

Cô bé bước đến chỗ mấy món đồ chơi và lấy một chiếc xe xúc màu vàng chơi.

Her classmates want to talk to her,
but no one is willing to be the first one.
**Các bạn trong lớp muốn nói chuyện
với cô bé, nhưng chưa ai dám mở lời cả.**

Then, one boy walks over to Lan.
Thế rồi một cậu bé bước đến chỗ Lan.

"Hi, my name is Nam. What's your name?"
"Chào bạn, mình tên Nam. Bạn tên gì đó?"

"I'm Lan."
"Mình tên Lan."

Nam beams with joy and continues to talk to Lan.
Nam nở nụ cười tươi rói và tiếp tục nói chuyện với Lan.

"Do you like diggers? I like them, too!
There's a big yellow digger toy at the play center.
Do you want to go and play together?"
**"Bạn thích xe xúc hở? Mình cũng thích lắm đó!
Ở sân chơi có một chiếc xe xúc vàng bự lắm luôn.
Bạn muốn qua đó chơi với mình không?"**

"YEAH!"
"ỪA!"

Lan and Nam hold hands,
and together they run to the play center.
Lan và Nam nắm tay nhau,
và cùng nhau chạy qua sân chơi.

And just like Nam said, there was
a big, yellow digger toy in the play center.

**Đúng như Nam nói, ở sân chơi có
một chiếc xe xúc đồ chơi màu vàng rất to.**

"Let's go! Let's hop on it together!"

"Đi nào! Tụi mình vô chơi cùng nhau đi!"

Lan and Nam run to the digger.

Lan và Nam chạy đến chỗ xe xúc.

While she was having so much fun playing with Nam,
Lan thought to herself,

**Trong khi chơi thật vui với Nam,
Lan tự nghĩ,**

'Playing with Nam is so much fun!
I can't wait to come back tomorrow!'

**'Chơi với Nam vui ơi là vui á!
Mai mình cũng muốn quay lại chơi!'**

Have you ever been worried or scared about something,
before you even tried it?

**Đã bao giờ bạn chưa thử một điều gì
mà đã lo lắng và sợ hãi chưa?**

Sometimes we can be scared of places we've never been,
and people who are very different.

**Đôi khi ta cảm thấy sợ những
nơi ta chưa từng đến và những người khác với ta.**

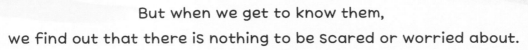

But when we get to know them,
we find out that there is nothing to be scared or worried about.
**Nhưng một khi đã quen rồi
thì ta nhận ra rằng chẳng có gì phải sợ hay lo cả.**

So, next time you are scared about something new,
why don't you give it a try first, and see what happens?
**Vậy nên lần sau khi bạn sợ một điều gì đó mới,
bạn hãy cứ thử trước đã, xem thế nào nha?**

♥

If you enjoy this book, please share your thoughts on Amazon!
It will help other families like you discover this book, and will allow me
to keep creating exciting adventures to share with everyone!

About the author

Yeonsil is a children's author and proud mother of a multicultural child
who is Korean, Chinese, American, and Canadian.

Yeonsil is passionate about giving her daughter the chance to connect
with her family roots and embrace her diverse background.

As the author of the 'My First Trip' series,
Yeonsil aims to provide children with fun and meaningful stories
that help them explore the world's cultures and be proud of their origins.

For more information, and to keep updated with her books, visit her
website at www.upflybooks.com or follow her on Instagram @upflybooks.

Printed in the USA
CPSIA information can be obtained
at www.ICGtesting.com
LVHW071051081123
762972LV00018B/690